ENGLISH THAI
VISUAL DICTIONARY

Tuomas Kilpi

OPPIAN

Publisher: Oppian Press
Helsinki, Finland

ISBN 978-951-877-156-5

Table of Contents • สารบัญ

dishes and utensils • อุปกรณ์ในการรับประทานและปรุงอาหาร 4-5

food • อาหาร .... 6 - 17

people • ผู้คน 19-20

clothes • เสื้อผ้า 21-22

animals • สัตว์ 23-28

rooms • ห้อง 29-32

everyday items • ของใช้ในชีวิตประจำวัน 33-49

directions • ทิศทาง 50-51

bags • กระเป๋า 52

school supplies • เครื่องเขียน 53

vehicles • ยานพาหนะ 54-57

in traffic • การจราจร 58

cleaning • การทำความสะอาด 59-60

children's items • ของสำหรับเด็ก 61-62

games and playing • เกมและการเล่น 63

human body • ร่างกายมนุษย์ 64-67

health care • ดูแลสุขภาพ 68-71

verbs • กิริยา 72-81

shapes • รูปทรง 82

colours • สี 83

emotions • อารมณ์ 84-85

comparisons • การเปรียบเทียบ 86-87

maps • แผนที่ 88-89

seasons • ฤดูกาล 90

professions • อาชีพ 91-96

fork
ส้อม
knife
มีด
spoon
ช้อน
plate
จาน
pot
หม้อ
glass
แก้วน้ำ

frying pan
กระทะ

mug
แก้วกาแฟ

teapot
กาน้ำชา

strainer
ที่กรอง

spatula
ตะหลิว

beans
ถั่วแดง

rice
ข้าว

date
อินทผลัม

potato
มันฝรั่ง

tea
ชา
coffee
กาแฟ
apple
แอปเปิ้ล
pear
ลูกแพร์
banana
กล้วย

carrot
แครอท

sweet potato
มันฝรั่งหวาน

garlic
กระเทียม

onion
หัวหอม

pineapple
สับปะรด

strawberry
สตรอเบอร์รี

orange
ส้ม

coconut
มะพร้าว

lemon
มะนาว

kiwi fruit
ผลกีวี่

tomato
มะเขือเทศ

cucumber
แตงกวา

raspberry
ราสเบอร์รี

grapes
องุ่น

apricot
แอปริคอท

papaya
มะละกอ

melon
เมล่อน

plum
พลัม

mango
มะม่วง

watermelon
แตงโม

aubergine
มะเขือ

fig
มะเดื่อ

chili
พริก

cauliflower
กะหล่ำดอก

turnip
หัวผักกาด

cabbage
กะหล่ำปลี

leek
กระเทียมต้น

mushroom
เห็ด

lettuce
ผักกาดหอม

salt
เกลือ

flour
แป้ง

sugar
น้ำตาล

cooking oil
น้ำมันพืช

margarine
เนยเทียม
milk
นม
cheese
ชีส
bread
ขนมปัง

pasta
พาสต้า

cookie
คุกกี้

ice cream
ไอศครีม

chocolate
ช็อคโกแลต

hamburger
แฮมเบอร์เกอร์

sandwich
แซนวิช

candy
ลูกกวาด

pizza
พิซซ่า

man
ผู้ชาย

woman
ผู้หญิง

girl
เด็กผู้หญิง

boy
เด็กผู้ชาย

coat
เสื้อโค้ท

pants
กางเกง

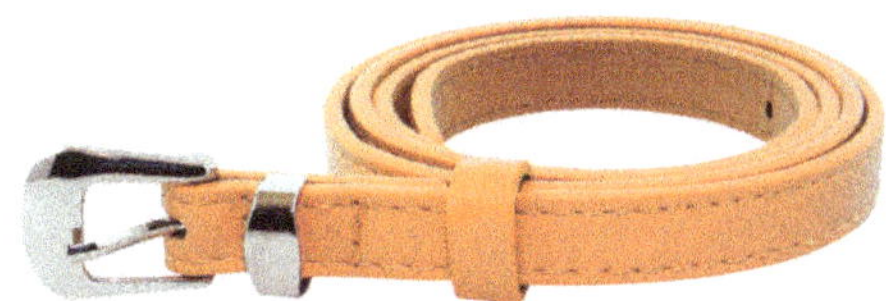

belt
เข็มขัด

socks
ถุงเท้า

shoes
รองเท้า

shirt
เสื้อเชิ้ต

skirt
กระโปรง

scarf
ผ้าพันคอ

boots
รองเท้าบูท

hat
หมวก

lamb
แกะ

fish
ปลา

cow
วัว

cat
แมว

pig
หมู

dog
สุนัข

chicken
ไก่

egg
ไข่

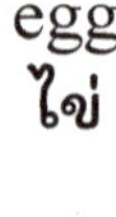

hare
กระต่าย

bear
หมี

squirrel
กระรอก

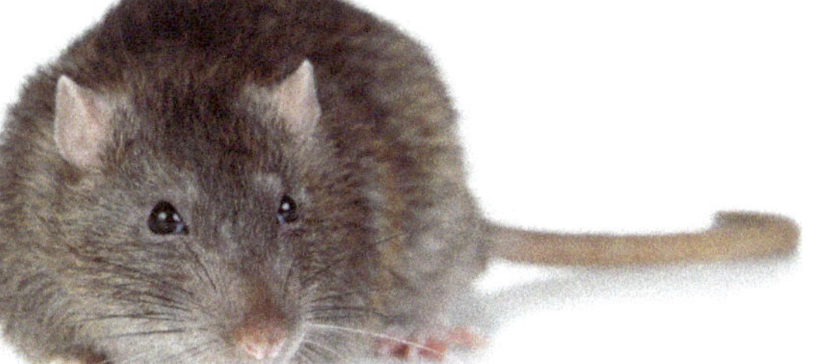

rat
หนู

wolf
หมาป่า

fox
หมาจิ้งจอก

moose
กวางมูส

snake
งู

snail
หอยทาก

spider
แมงมุม

frog
กบ

wasp
ตัวต่อ

bee
ผึ้ง

fly
แมลงวัน

mosquito
ยุง

kylpyhuone
bathroom
ห้องน้ำ

keittiö
kitchen
ห้องครัว

bedroom
ห้องนอน

living room
ห้องนั่งเล่น

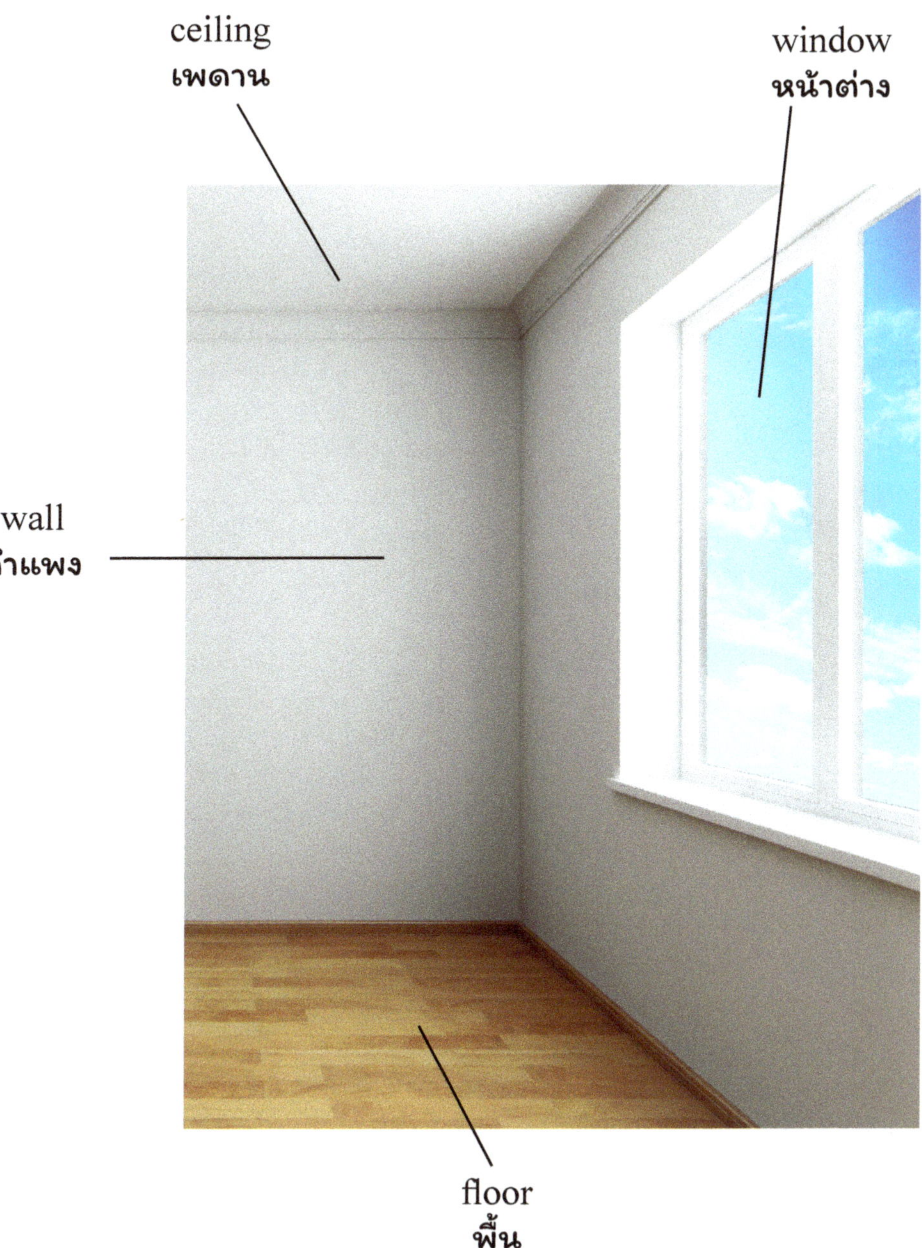

ceiling
เพดาน
window
หน้าต่าง
wall
กำแพง
floor
พื้น

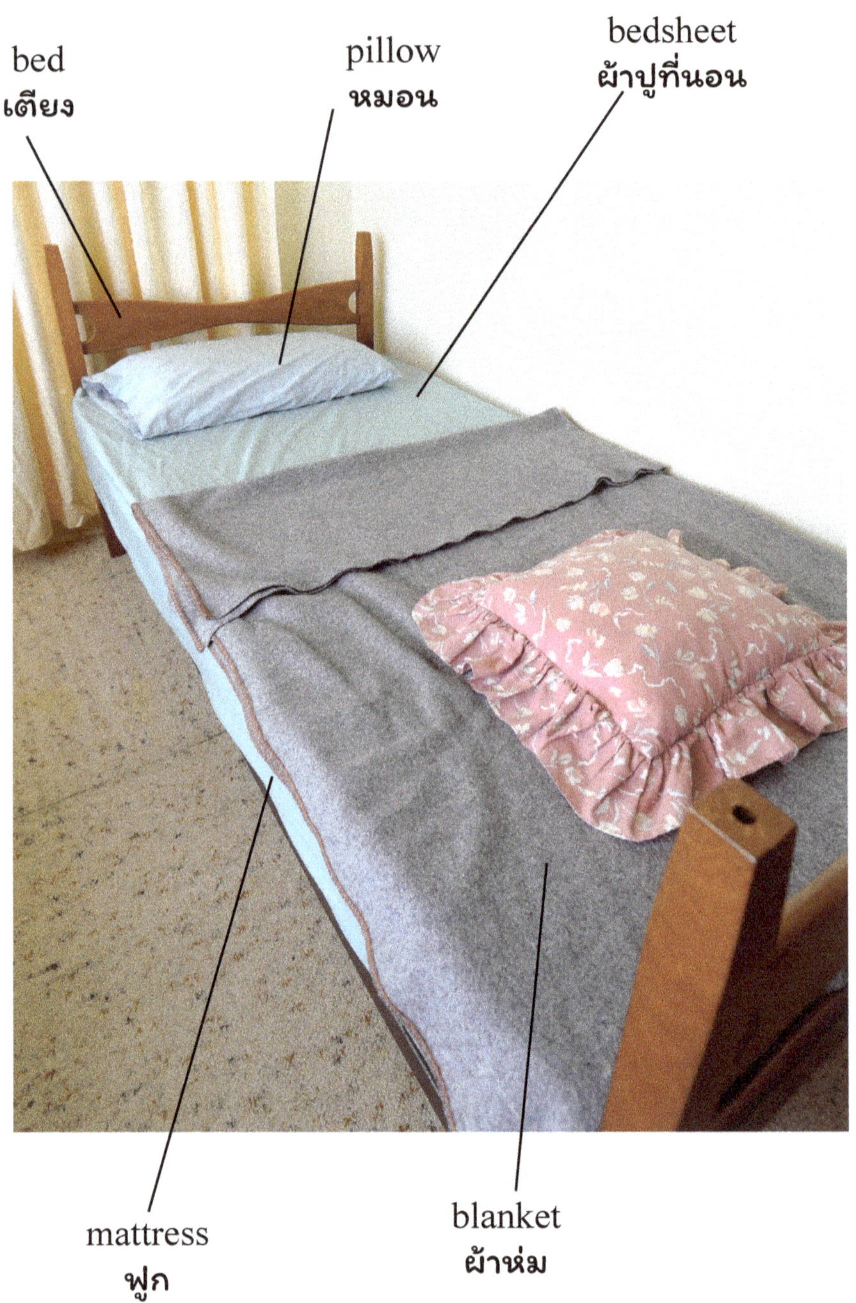

bed
เตียง
pillow
หมอน
bedsheet
ผ้าปูที่นอน
mattress
ฟูก
blanket
ผ้าห่ม

rug
พรมเช็ดเท้า

umbrella
ร่ม

lamp
ตะเกียง

table
โต๊ะ

chair
เก้าอี้

scissors
กรรไกร

envelope
ซองจดหมาย

tape
เทปกาว

parcel
พัสดุไปรษณีย์

stamp
แสตมป์

soap
สบู่

toilet paper
กระดาษชำระ

toothbrush
แปรงสีฟัน

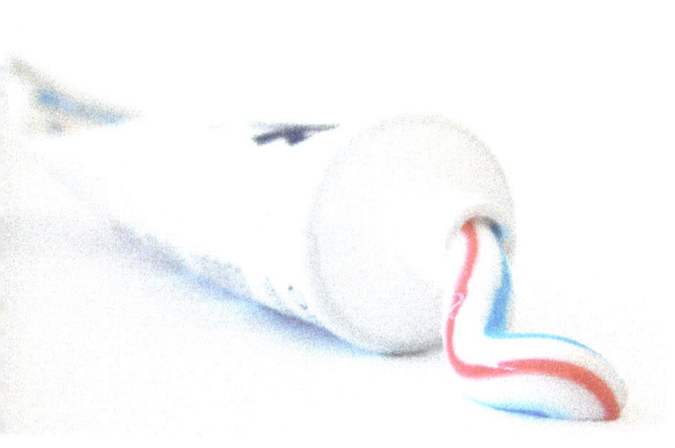

toothpaste
ยาสีฟัน

brush
แปรง

comb
หวี

dental floss
ไหมขัดฟัน

deodorant
ยาดับกลิ่น

scale
เครื่องชั่งน้ำหนัก

electric razor
เครื่องโกนหนวดไฟฟ้า

television
โทรทัศน์

remote control
รีโมต

mouse
เมาส์

computer
คอมพิวเตอร์

memory stick
การ์ดหน่วยความจำ

printer
เครื่องพิมพ์

charger
สายชาร์จ

phone
โทรศัพท์

stove
เตาอบ

satellite dish
จานดาวเทียม

headphones
หูฟัง

radio
วิทยุ

book
หนังสือ

flashlight
ไฟฉาย

shovel
พลั่ว

rake
คราด

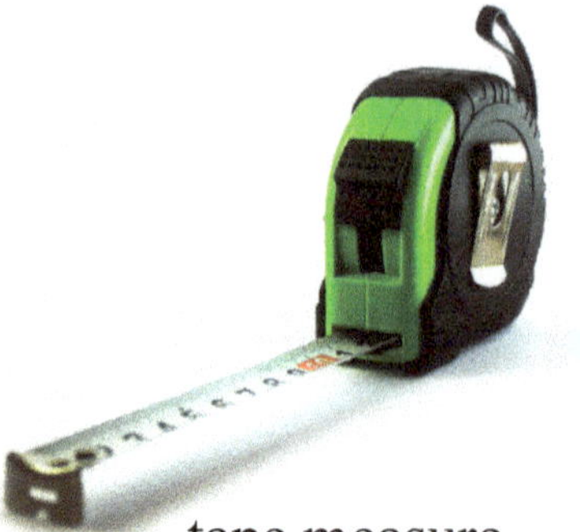

tape measure
สายวัด

pliers
คีม

saw
เลื่อย

jar
เหยือก

bottle
ขวด

can opener
ที่เปิดกระป๋อง

bottle opener
ที่เปิดขวด

tin can
กระป๋อง

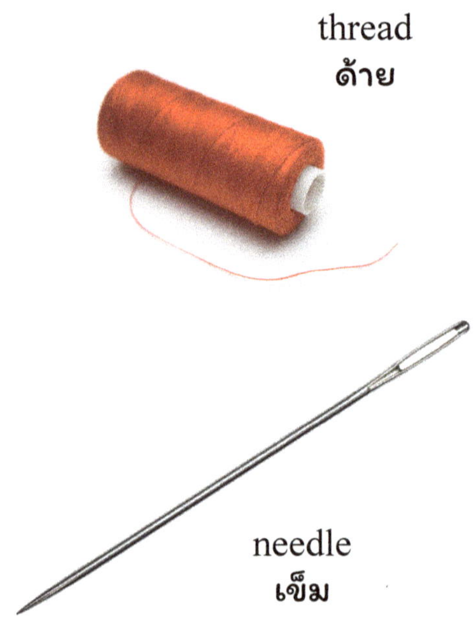

thread
ด้าย

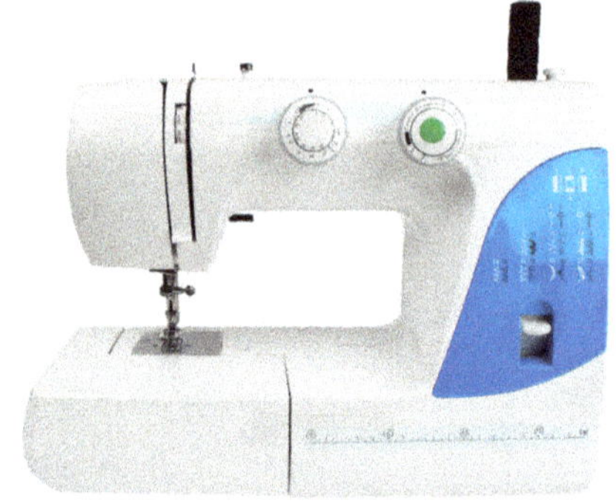

needle
เข็ม

refigerator
ตู้เย็น

clothes peg
ไม้หนีบผ้า

sewing machine
จักรเย็บผ้า

microwave oven
ไมโครเวฟ

key
กุญแจ

calculator
เครื่องคิดเลข

eyeglasses
แว่นตา

electric drill
สว่านไฟฟ้า
screwdriver
ไขควง
screw
สกรู
nail
ตะปู
hammer
ค้อน
wrench
ประแจ

credit card
บัตรเครดิต

wallet
กระเป๋าเงิน

banknote
ธนบัตร

coin
เหรียญ

| 06:30 Helsinki – 12:57 Oulu | Palvelut |
| Pendolino 241 , Pääteasema: Oulu | |

07:30	14:40	07:10	InterCity
09:30	16:05	06:35	Pendolino
10:06	17:53	07:47	InterCity
11:12	20:20	09:08	2 vaihtoa: InterCity › InterCity › …
13:06	20:27	07:21	InterCity
14:06	22:08	08:02	1 vaihto: InterCity › Pendolino
15:30	22:08	06:38	Pendolino
16:06	23:52	07:46	InterCity
18:30	01:17	06:47	Pendolino

timetable
ตารางเวลา

passport
หนังสือเดินทาง

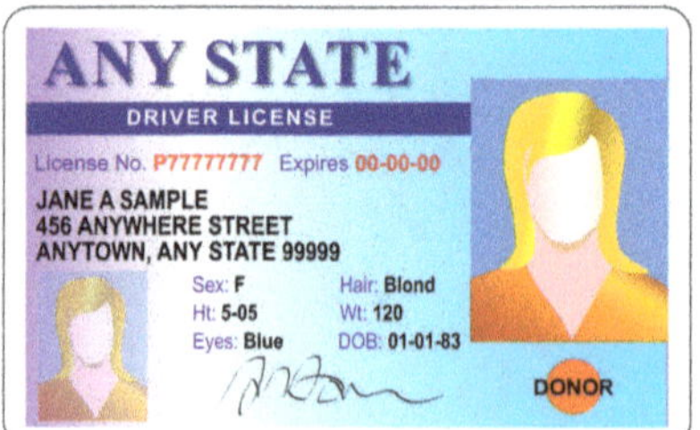

driving licence
ใบขับขี่

fingerprint
ลายนิ้วมือ

violin
ไวโอลิน

saxophone
แซ็กโซโฟน

drum
กลอง

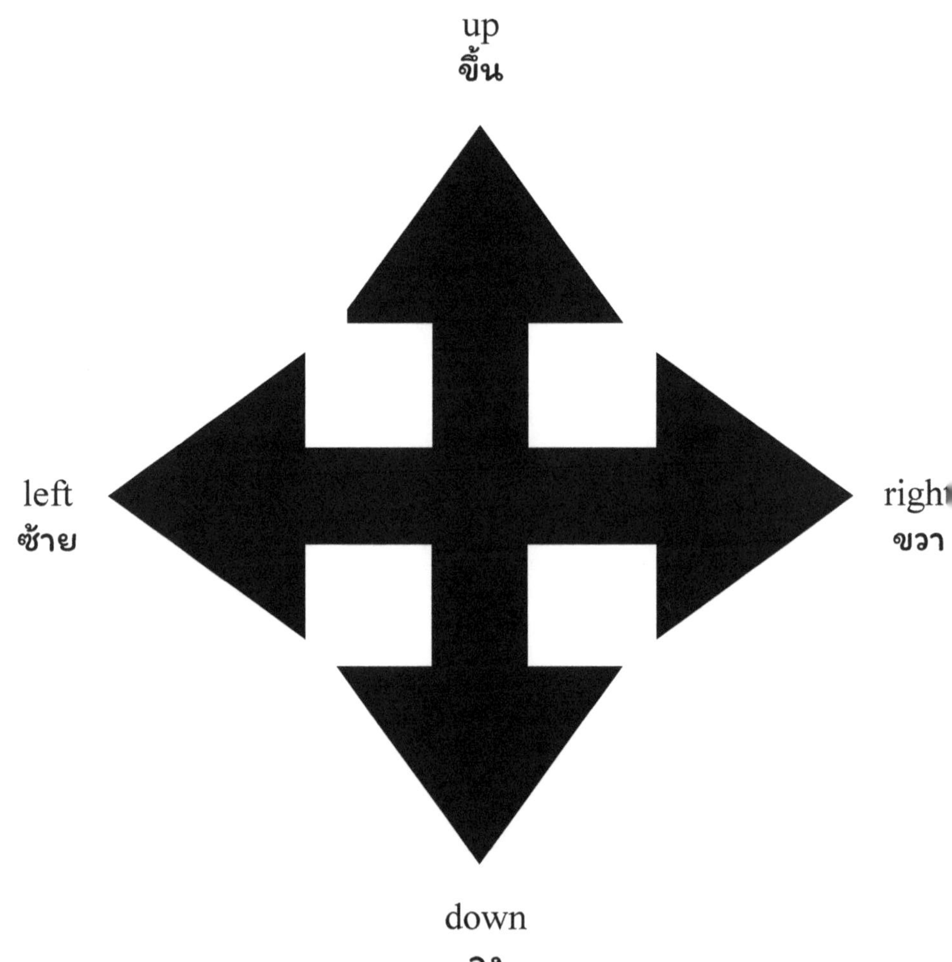

up
ขึ้น
left
ซ้าย
right
ขวา
down
ลง

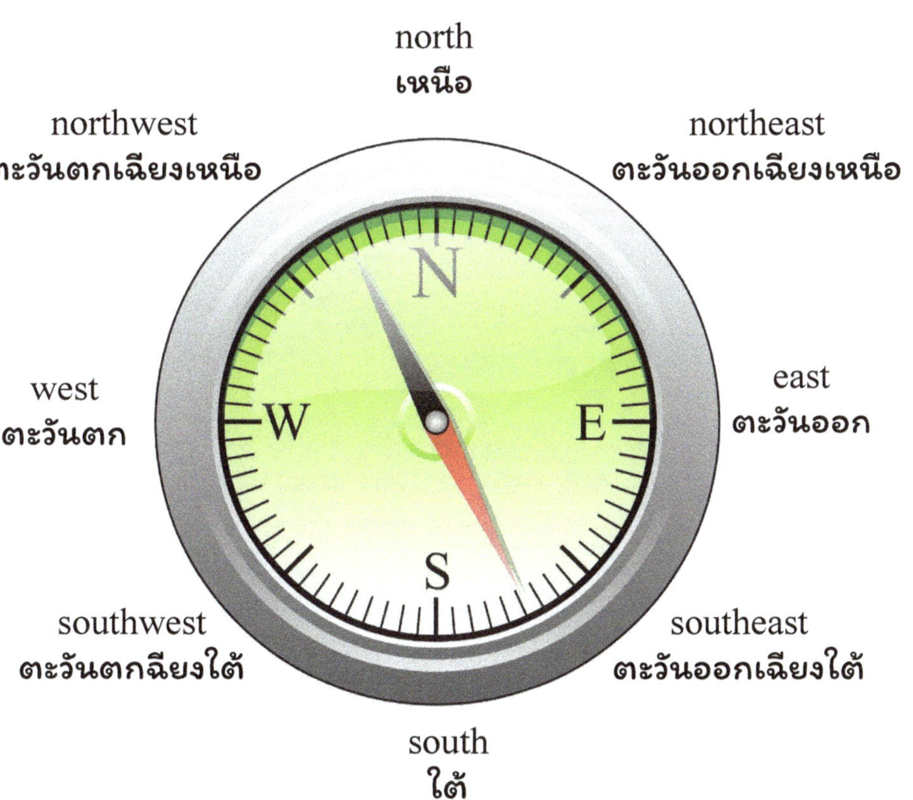

north
เหนือ
northwest
ตะวันตกเฉียงเหนือ
northeast
ตะวันออกเฉียงเหนือ
west
ตะวันตก
east
ตะวันออก
N
W
E
S
southwest
ตะวันตกฉียงใต้
southeast
ตะวันออกเฉียงใต้
south
ใต้

shoulder bag
กระเป๋าสะพายไหล่

briefcase
กระเป๋าเอกสาร

plastic bag
ถุงพลาสติก

backpack
กระเป๋าเป้

pen
ปากกา

pencil
ดินสอ

notebook
สมุดบันทึก

ruler
ไม้บรรทัด

eraser
ยางลบ

car
รถยนต์

bus
รถโดยสาร

van
รถตู้

train
รถไฟ

tram
รถราง

motorcycle
มอเตอร์ไซค์

bicycle
จักรยาน

airplane
เครื่องบิน

scooter
สกูตเตอร์

ship
เรือ

helicopter
เฮลิคอปเตอร์

truck
รถบรรทุก

traffic lights
ไฟสัญญาณจราจร

traffic sign
ป้ายจราจร

zebra crossing
ทางม้าลาย

gas station
สถานีเติมน้ำมัน

bus stop
ป้ายรถโดยสาร

vacuum cleaner
เครื่องดูดฝุ่น

mop
ไม้ถูพื้น

smoothing iron
เตารีด

ironing board
ที่รองรีด

dishwasher
เครื่องล้างจาน

washing machine
เครื่องซักผ้า

dish brush
แปรงล้างจาน

cleaning sponge
ฟองน้ำทำความสะอาด

cleaning cloth
ผ้าทำความสะอาด

dusting pan
ที่โกยผง

broom
ไม้กวาด

spray bottle
ขวดสเปรย์

bucket
ถังน้ำ

cot
เตียงเด็ก

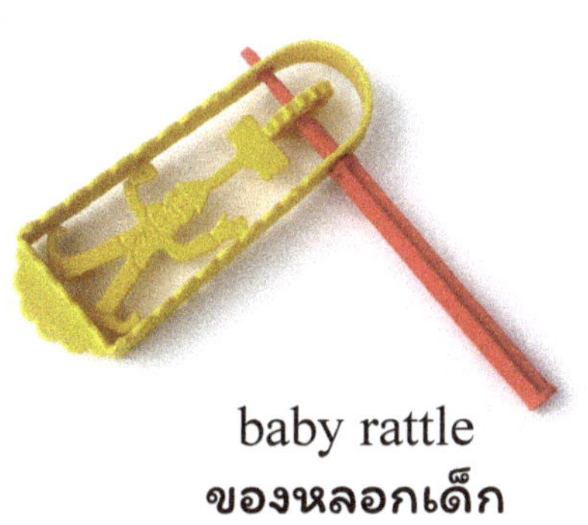

baby rattle
ของหลอกเด็ก

diaper
ผ้าอ้อม

pacifier
จุกหลอก

potty
กระโถน

pram
รถเข็นเด็ก

baby bottle
ขวดนม

doll
ตุ๊กตา

football
ฟุตบอล

kite
ว่าว

dice
ลูกเต๋า

game console
เครื่องเล่นเกม

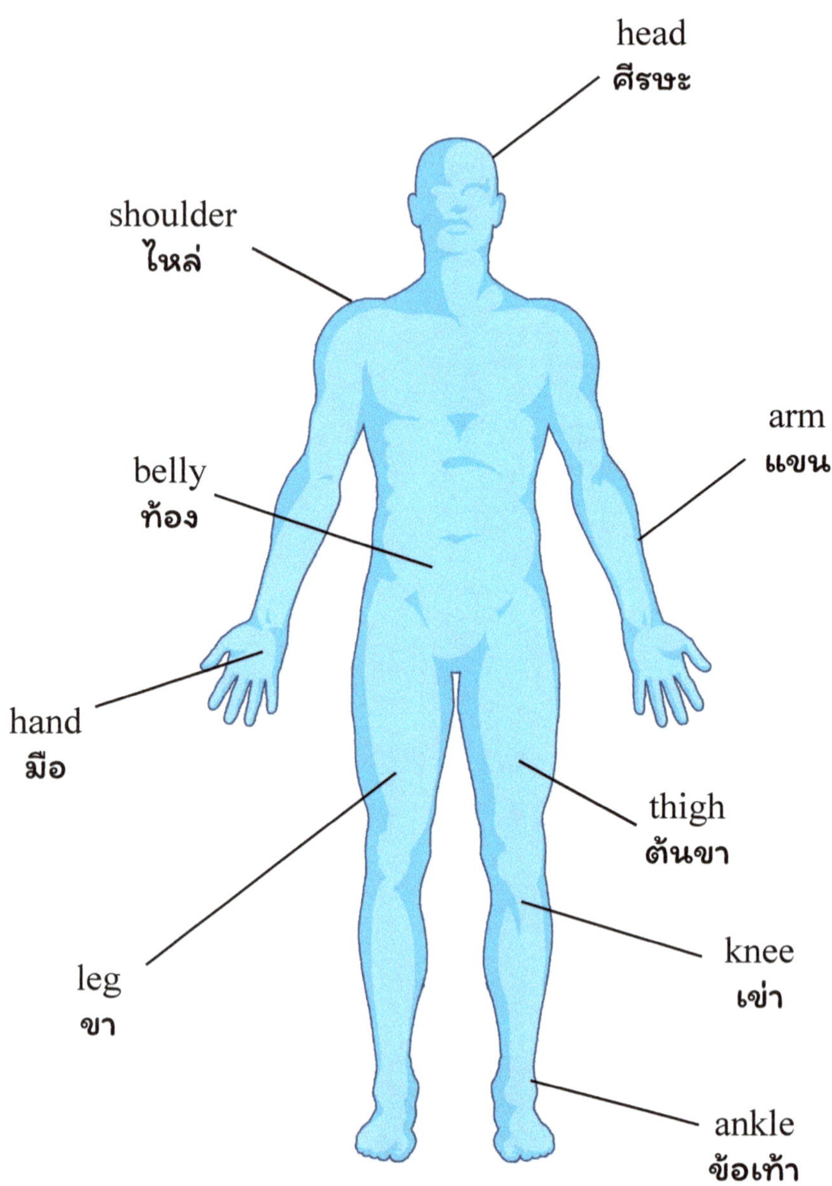

head
ศีรษะ
shoulder
ไหล่
arm
แขน
belly
ท้อง
hand
มือ
thigh
ต้นขา
leg
ขา
knee
เข่า
ankle
ข้อเท้า

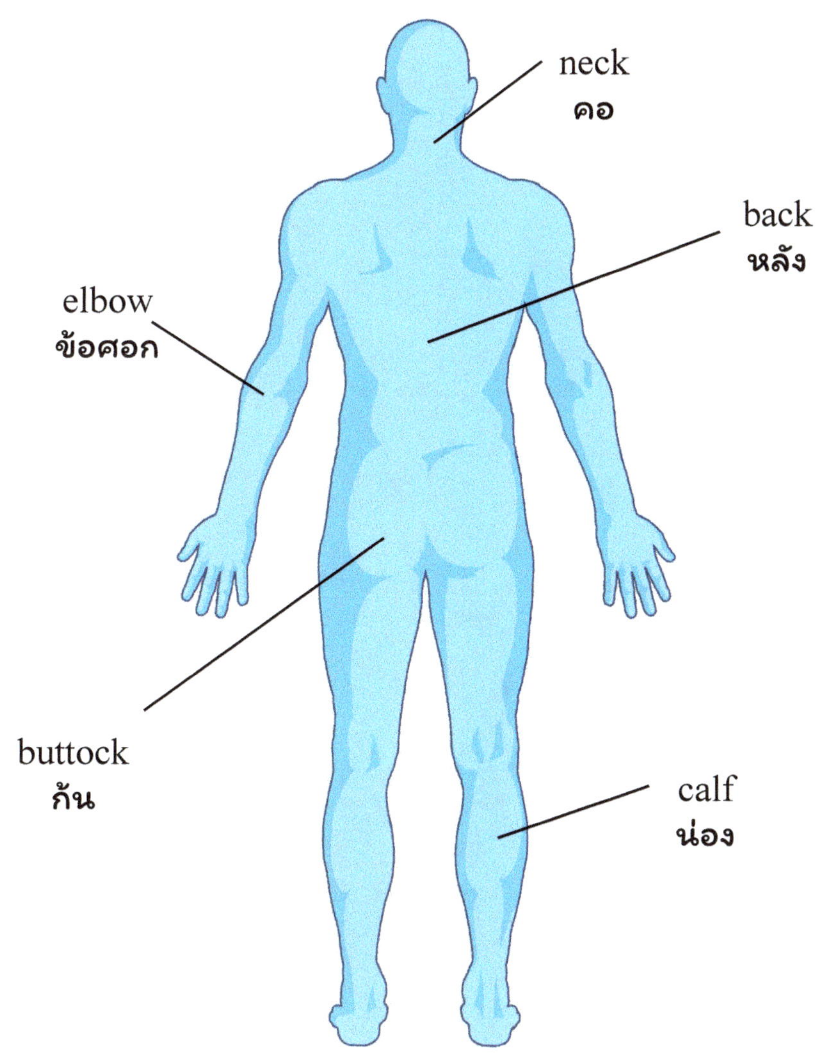

neck
คอ
back
หลัง
elbow
ข้อศอก
buttock
ก้น
calf
น่อง

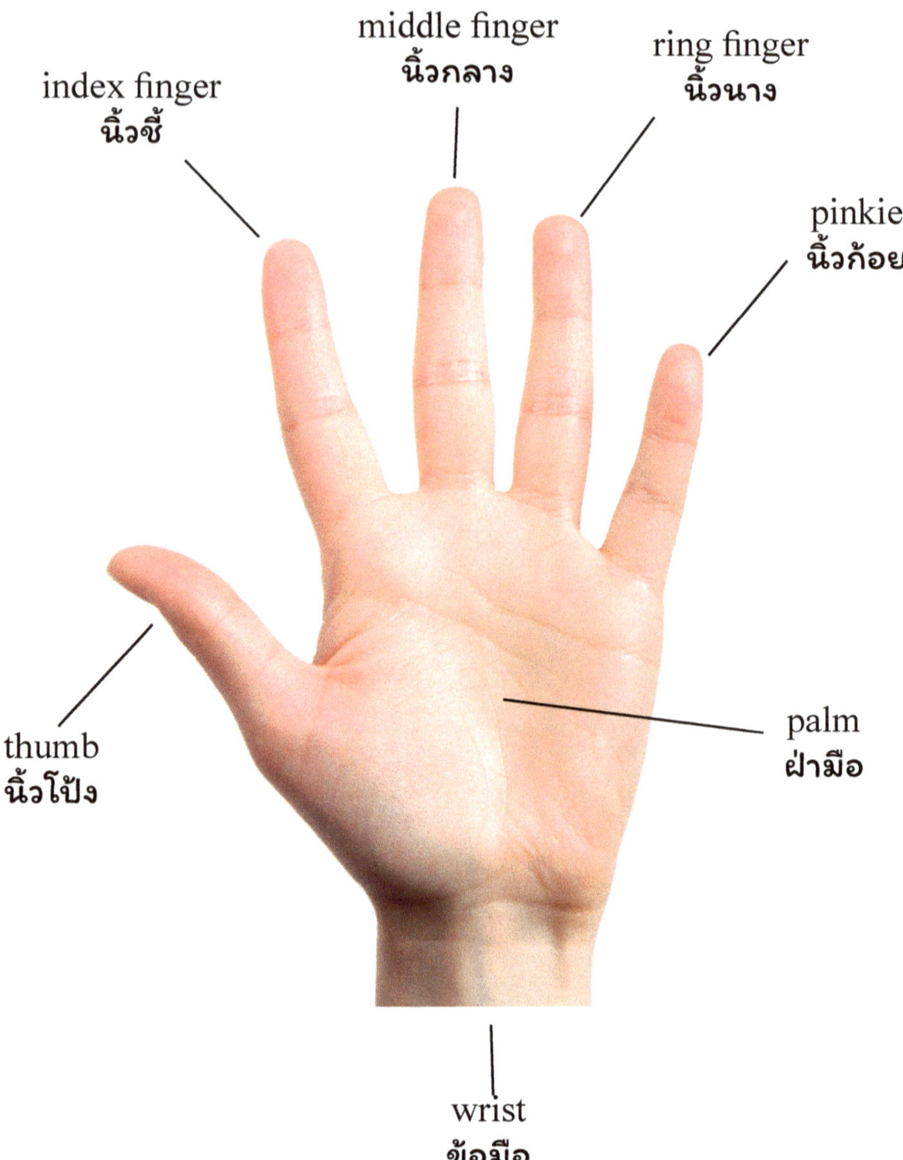

middle finger
นิ้วกลาง
ring finger
นิ้วนาง
index finger
นิ้วชี้
pinkie
นิ้วก้อย
thumb
นิ้วโป้ง
palm
ฝ่ามือ
wrist
ข้อมือ

hair
ผม

forehead
ตา

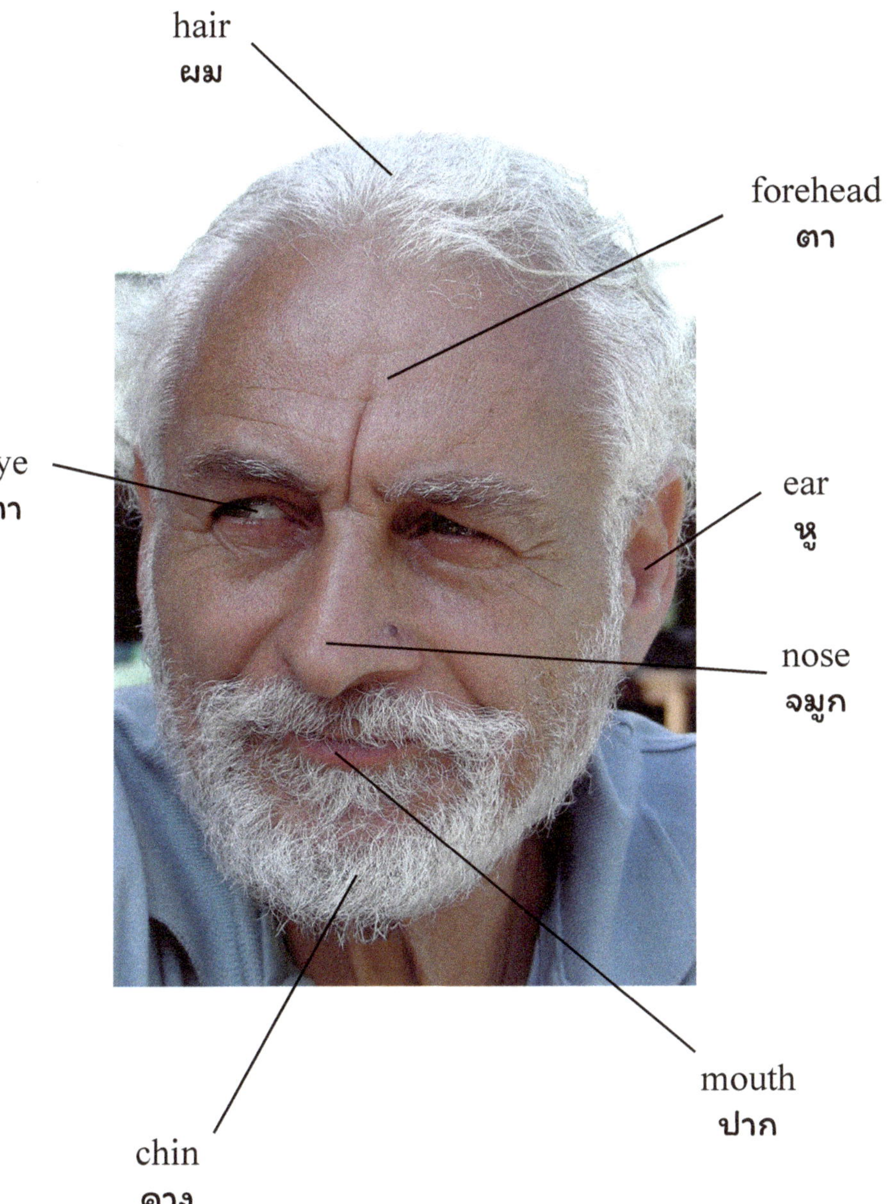

ye
ตา

ear
หู

nose
จมูก

mouth
ปาก

chin
คาง

pharmacy
ร้านขายยา

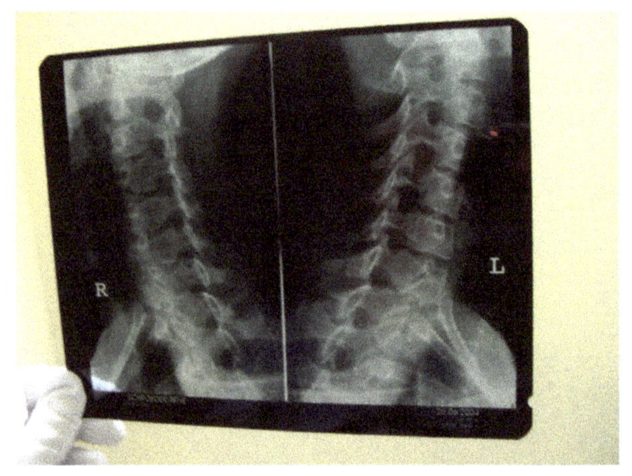

x-ray image
ภาพเอ็กซ์เรย์

thermometer
ปรอทวัดอุณหภูมิ

ambulance
รถฉุกเฉิน

syringe
เข็มฉีดยา

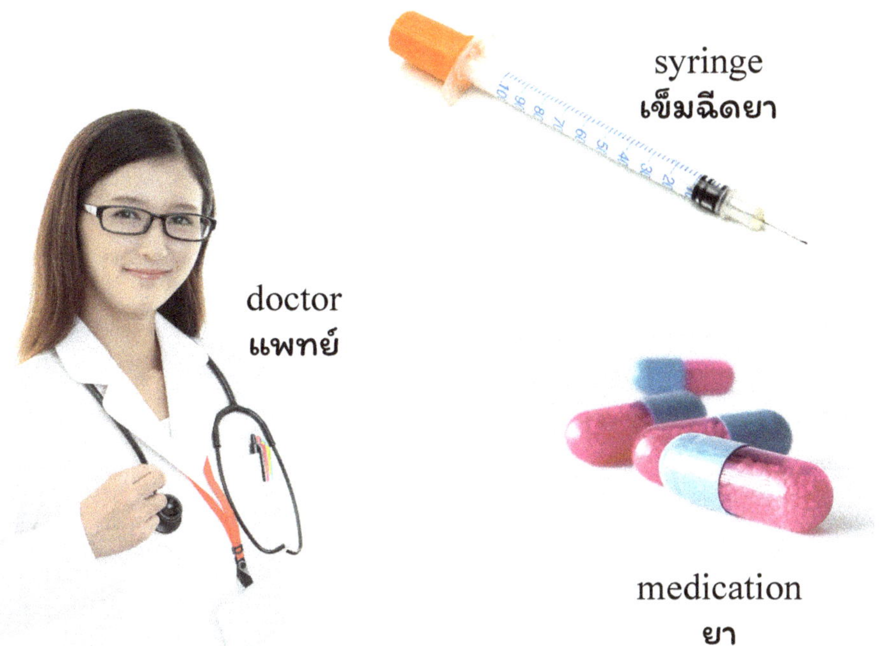

doctor
แพทย์

medication
ยา

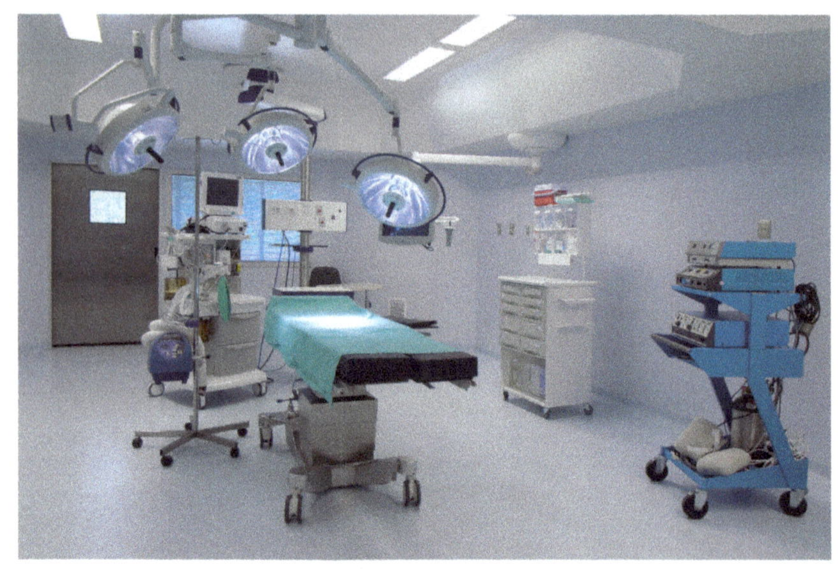

operating room
ห้องผ่าตัด

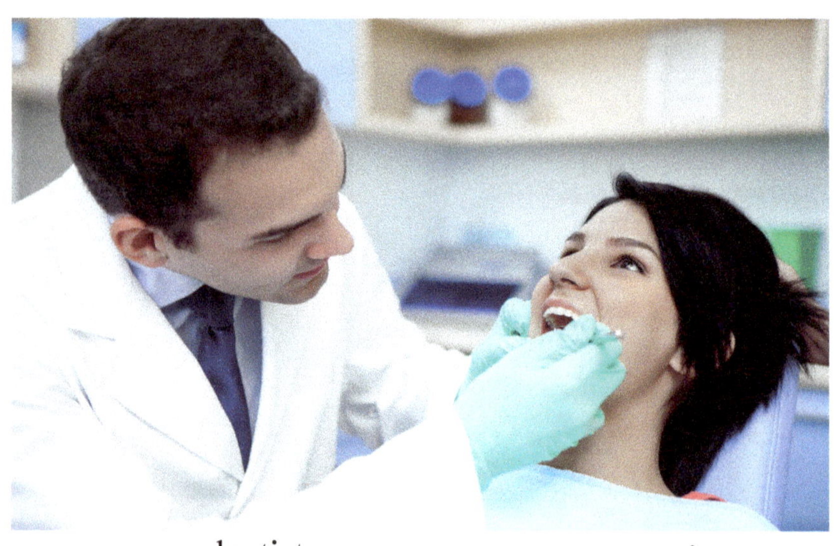

dentist
ทันตแพทย์

patient
คนไข้

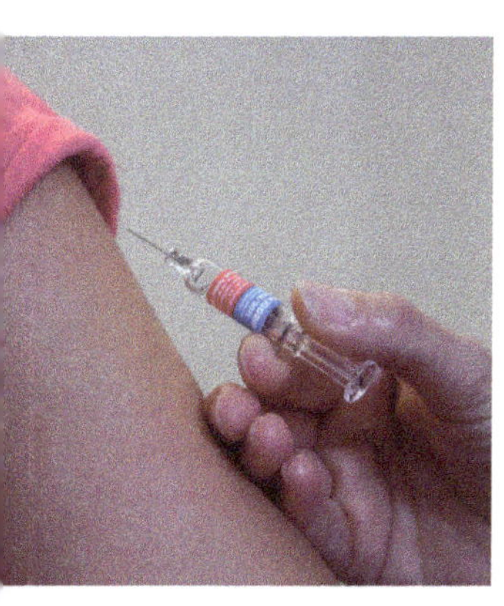

vaccination
ฉีดวัคซีน

hospital
โรงพยาบาล

band aid
พลาสเตอร์ยา

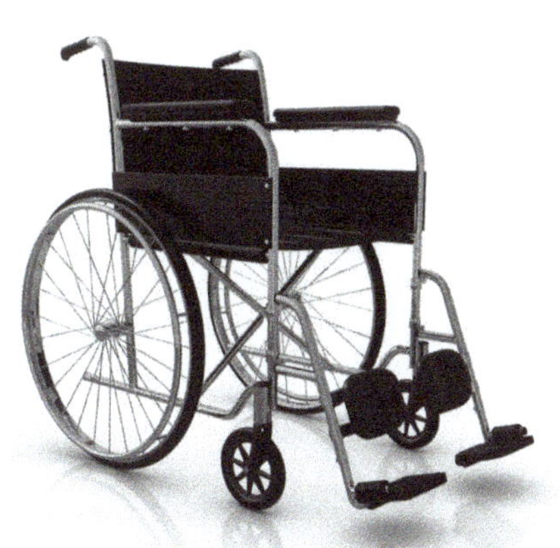

wheelchair
รถเข็น

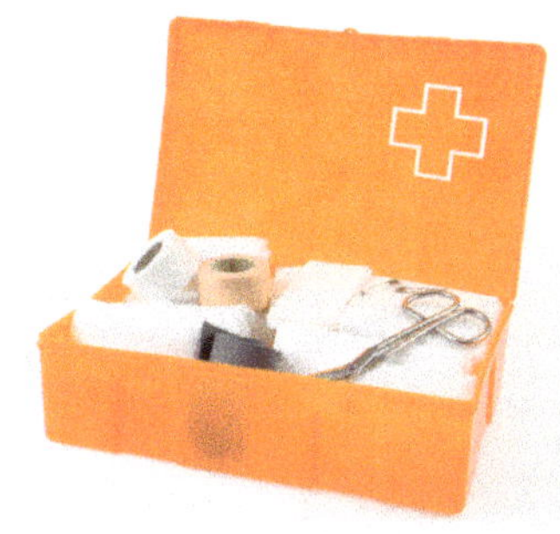

first aid kit
อุปกรณ์ปฐมพยาบาล

to eat
กิน

to drink
ดื่ม

to walk
เดิน

to sit
นั่ง

to talk

คุย

to laugh

หัวเราะ

to carry
ยก

to stand
ยืน

to smile
ยิ้ม

to clean
ทำความสะอาด

to cook
ทำอาหาร

to sneeze
จาม

to cry
ร้องไห้

to hug
กอด

to sleep
หลับ

to jump
กระโดด

to run
วิ่ง

to swim
ว่ายน้ำ

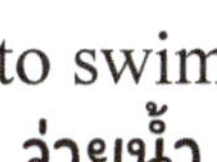

to read
อ่าน

to teach
สอน

to play
เล่น

to write
เขียน

square
สี่เหลี่ยมจัตตุรัส

triangle
สามเหลี่ยม

rectangle
สี่เหลี่ยมผืนผ้า

circle
วงกลม

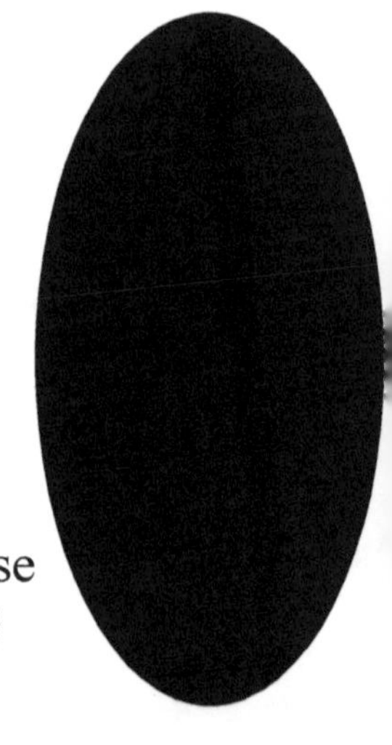

ellipse
วงรี

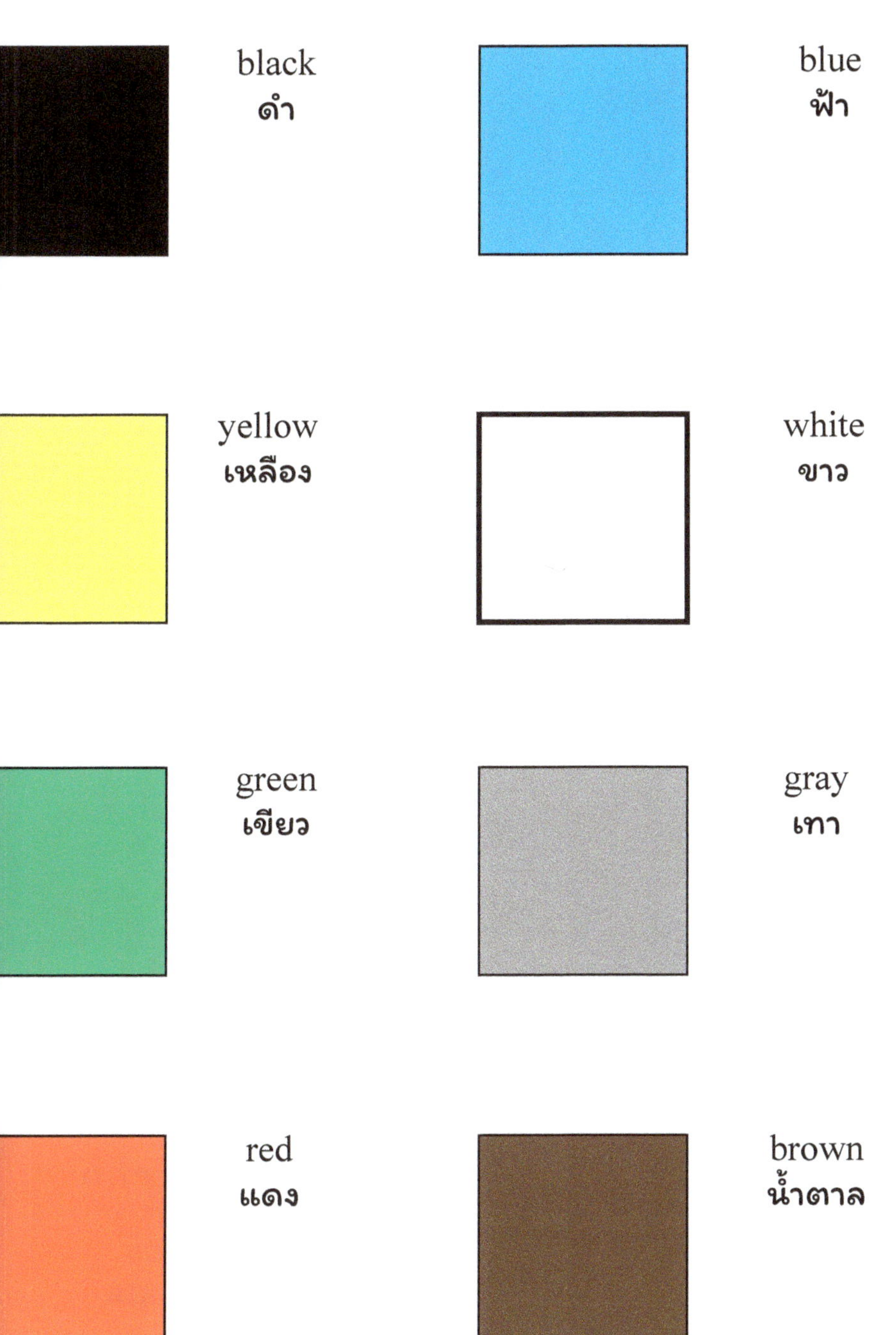

black
ดำ

blue
ฟ้า

yellow
เหลือง

white
ขาว

green
เขียว

gray
เทา

red
แดง

brown
น้ำตาล

happy
สุข

angry
โกรธ

uncertain
ไม่แน่ใจ

surprised
ประหลาดใจ

confused
สับสน

supportive
เป็นกำลังใจ

thoughtful
ครุ่นคิด

doubtful
ช่างสงสัย

big
ใหญ่

small
เล็ก

fast
เร็ว

slow
ช้า

good
สด

bad
เหี่ยว

light
เบา

heavy
หนัก

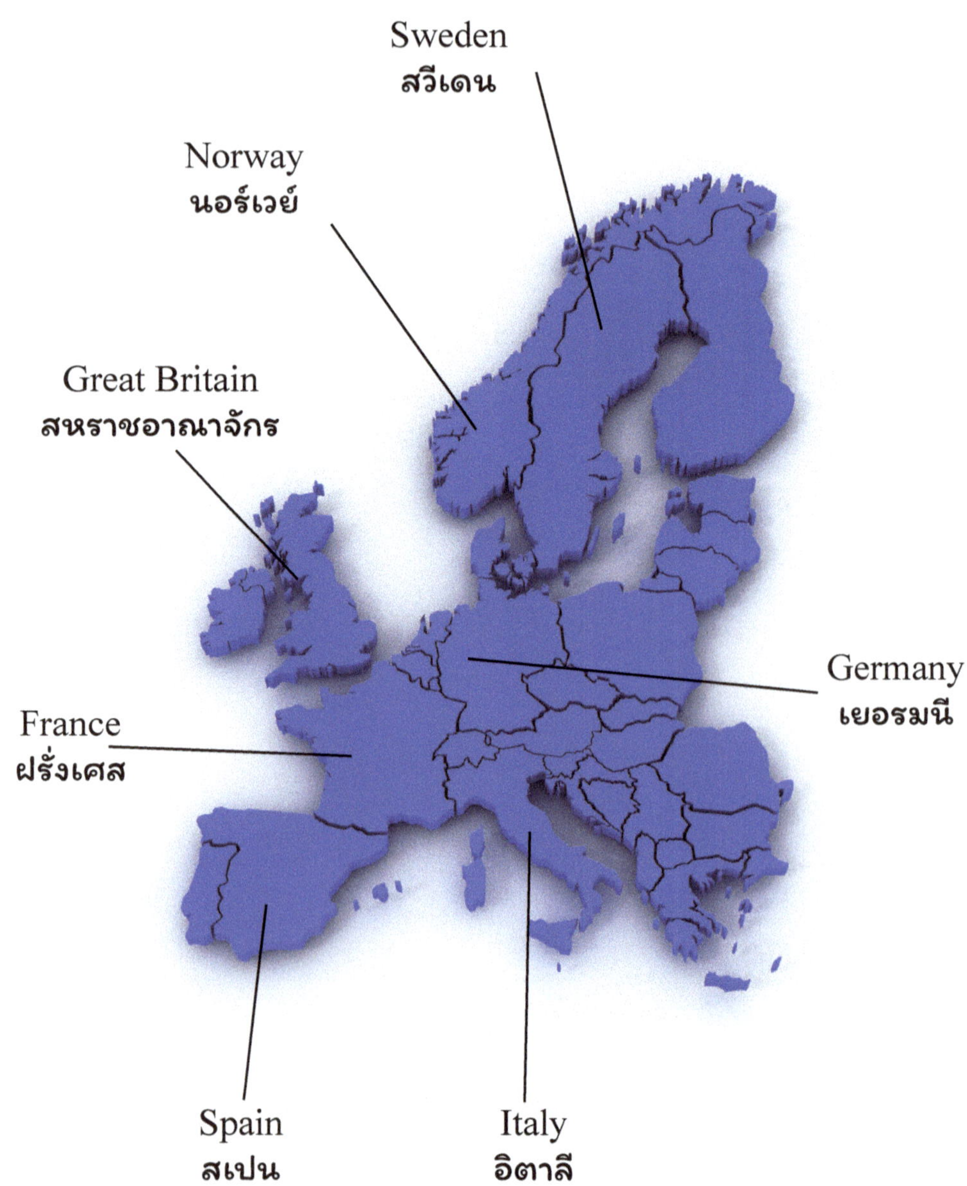

Sweden
สวีเดน
Norway
นอร์เวย์
Great Britain
สหราชอาณาจักร
Germany
เยอรมนี
France
ฝรั่งเศส
Spain
สเปน
Italy
อิตาลี

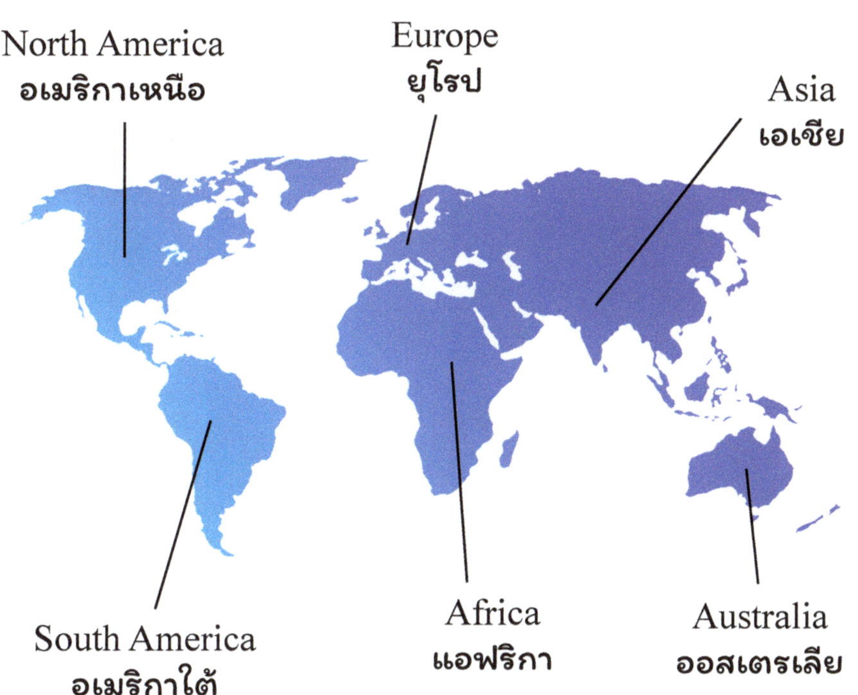

North America
อเมริกาเหนือ
Europe
ยุโรป
Asia
เอเชีย
South America
อเมริกาใต้
Africa
แอฟริกา
Australia
ออสเตรเลีย

spring
ฤดูใบไม้ผลิ

summer
ฤดูร้อน

autumn
ฤดูใบไม้ร่วง

winter
ฤดูหนาว

microphone
ไมโครโฟน
reporter
ผู้สื่อข่าว

cleaner
พนักงานทำความสะอาด

photographer
ช่างถ่ายภาพ

hairdresser
ช่างแต่งผม

florist
คนขายดอกไม้

waitress
บริกร

musician
นักดนตรี
guitar
ภาพเอ็กซ์เรย์
loudspeaker
ลำโพง

teacher

คุณครู